Carrying His Burden Memories

His Burning Memories

Crisselle Mae P. Umpad A.K.A
Ms_Unluckyyy

Ukiyoto Publishing

All global publishing rights are held by

Ukiyoto Publishing

Published in 2024

Content Copyright © Crisselle Mae P. Umpad

ISBN 9789361727740

All rights reserved.
No part of this publication may be reproduced, transmitted, or stored in a retrieval system, in any form by any means, electronic, mechanical, photocopying, recording or otherwise, without the prior permission of the publisher.

The moral rights of the author have been asserted.

This is a work of fiction. Names, characters, businesses, places, events, locales, and incidents are either the products of the author's imagination or used in a fictitious manner. Any resemblance to actual persons, living or dead, or actual events is purely coincidental.

This book is sold subject to the condition that it shall not by way of trade or otherwise, be lent, resold, hired out or otherwise circulated, without the publisher's prior consent, in any form of binding or cover other than that in which it is published.

www.ukiyoto.com

Dedication

This story is for someone who lost a love one's and still fighting to survive despite any circumstances. This story aims to help people realize the impact love can have on us and how powerful it truly is. I also dedicated this story to my readers, who have never left my side since then.

Acknowledgement

This has been my dream since I became interested in writing and began to wrote. I have never ceased dreaming since then, nor have I grown bored with writing. One of I've experienced was pressure, disappointment, uncertainties, diminished self-confidence, trust, and writer's block, yet look at me now! I am now a published author! Of course, I wouldn't have gotten this far if you, my luckies—readers weren't there to cheer me on in every battled fought before. Thank you very much! All of you have my deepest admiration and gratitude! I genuinely appreciate you, especially my readers, who have never stopped believing in me and my work since the beginning. I will always be grateful to all of you!

To my family, you have no idea how thankful I am for your unwavering support since I began to write back then. You'll give me courage and strength to keep going despite my numerous failed attempts.

Thank you to my best/close friends: Shayne, Precious, Angel, Jinky, Shane Larez, Stephanie, Shynaive, Ladymoon Eclipsep, GSM gals, my classmates, and teachers! You've always been there for me and understand me most of the time. Thank you for inspiring me to keep going even when I wanted to give-up. For your never-ending advice and motivation to keep writing and telling to do what I love! Thank you!

To Ukiyoto Publishing, thank you for turning my dream into reality! You don't know how grateful I am. I hope Ukiyoto will have more opportunities in the future.

Lastly, thank you, God. You're the greatest! I'll never weary of thanking you and applauding you for making my dreams come true. Your guidance and challenges are helping me to grow and improve as a writer.

Sabi nila, sa buhay natin hindi natin maiiwasan na makagawa ng maling desisyon, pero sa bawat araw na lumilipas, ang mga maling desisyon na nagagawa natin ay mananatiling isang alaala na makakalimutan din naman daw natin. Ngunit, sa kaso ko ay tila parang ang maling desisyon na nagawa ko ay hindi maituturing na isang alaala dahil hanggang ngayon ay aminado ako na hindi ko mabitawan at magawang kalimutan ang alalaalang nabuo mula sa kanya kung saan naging parte ako nito at tumatak ito bilang nakaraan naming dalawa. Ako si Risselliane Cuetara—Attenza, labing pitong taong gulang kung saan kagaya ng maraming kabataan ay hindi naiwasang makaramdam kung paano mag mahal at paano din ako mahalin.

Hindi ko maintindihan kung ano ba ang takbo ng isip ko, bakit naalala ko pa rin siya?

Bakit tila, patuloy ko paring pinang hahawakan ang alaala na binuo naming dalawa? I should let go and move on, but I can't. I don't have the courage to do that. I don't know how. Sana lang talaga ay kaya ko.

Sino nga ba ang hindi magkakagusto sa kagaya ni Raven Jace Attenza kung saan hindi ko maitatanggi ang angkin nitong appeal at kagwapuhan. Si Raven ay bente taong gulang na isang matikas at mabait na lalaki kung kaya bukod sa pagiging gwapo nito ay nakuha niya talaga ang atensyon ko na sinabayan pa nga ng pagiging maalalahanin nito. I know we can't define anyone as perfect kagaya ng mga nababasa natin sa libro but trust me he's someone who's near to that.

Nang matapos na ang group activities naming magkakaibigan ay nagsimula akong maglakad mag-isa sa kalsada upang pumunta sa subdivision kung saan ako nakatira dahil hindi ako kapareho ng subdivision ng kaibigan ko. Karamihan sa mga kakilala ko ay natatakot maglakad sa dilim pero ako, hindi. Kumbaga let's just say na nagbibigay ng kapayapaan at katahimikan ang sarili ko kapag madilim kung kaya damang-dama ko ito at hindi sa akin big deal kung mag lalakad ako sa dilim. Sa katunayan , hindi naman na bago sa akin ang mag lakad ng ganitong oras na dahil palagi ko naman itong ginagawa, parang sanayan lang at saka nakakapag tipid pa ako kaya kahit isang oras pa siguro ako mag lakad ay hindi iyon magiging problema sa akin.

I sense something weird while I was walking, hindi kagaya ng nararamdaman ko usually pag naglalakad ako rito, nanindig ang balahibo ko sa batok dahil pakiramdam ko ay may mali talaga at tila nasa panganib ako. Nang makutuban kong hindi lang basta-basta itong nararamdaman ko ay dito na ako lumingon sa aking likuran kung saan natanaw ko ang dalawang lasing na mga lalaki na nakasunod sa akin kahit pa gumegewang-gewang na sila. Ilang beses ko na din nakasalubong ang mga ito sa makatunayan ay nilagpasan ko nga sila kanina dahil ilang beses na nila ako sinubukang kausapin at kunin ang atensiyon ko kaya alam ko na hindi na ito basta-basta mas lalo ngayon na nakita ko muli sila.

Ibinalik ko ang tingin sa harap at hindi na lamang nagpahalata na nakakaramdam na ako ng takot, saktong paglingon ko sa unahan ay may naaninag akong lalaki na nakasuot ng hoodie jacket. Hindi ko alam kung ano ba ang ginagawa niya, pero sigurado akong may kinalaman iyon sa cellphone niyang pinaglalaruan niya sa kamay. Nakasandal siya sa pader ng hindi ko kilalang bahay, nakita ko siyang bigla na lang tumingala at pumikit. Pasimple akong tumingin sa dalawang lasing at malapit na sila! Hindi na ako nagsayang ng oras, nagmadali akong tumakbo at mabilis na lumapit sa lalaki at walang pasabing niyakap ito. Ito na lang ang naiisip kong paraan para lang hindi ako mapahamak.

Narinig ko s'yang nagmura pagkatapos ko siyang yakapin ng mahigpit, pero sinong may pake? Para lang maging ligtas ako! Sinubukan niyang tanggalin ang pagkakayakap ko pero mas hinigpitan ko pa ang kamay ko sa bewang niya, desperado na hindi mapahamak. Bumulong ako sa kaniya na tama lang para marinig naming dalawa.

"N-Nagmamakaawa a-ako, let us stay this way, may sumusunod sa a-akin." nauutal kong sambit.

Napansin kong natigilan siya sa pagpilit na humiwalay ako at hindi natuloy ang intension niya sa akin na alisin ang pagkalingkis ko sa bewang niya. Ilang segundo ang lumipas naramdaman kong hinawakan niya ang bewang ko at ipinako sa pader, kung makatitig siya ay para n'ya akong kakilala na kailangan talagang protektahan. Nang matitigan ko ng mabuti ang mukha niya ay nanlaki na lamang ang mga mata ko, siya iyong kapitbahay namin! Isang beses ko siyang nakita nang magbisita kami ni mama sa bahay nila para batiin sila! Hindi ko inaasahang nandito siya dahil aabutin ng halos isang oras bago makarating sa pareho naming bahay.

Napapikit ako ng mariin dahil narinig ko ang boses ng dalawang lasing, nasa harapan na namin sila! Napangunot ang noo ko nang pagmulat ng mata ko ay nakatalikod na ang dalawang lasing at patakbong lumayo sa amin. Wait what? Kailan pa sila umalis? Anong ginawa ng lalaking nasa tabi ko at napaalis niya ang dalawang lasing na iyon?

Dahan-dahan akong napatingin sa kanya habang siya ay nakatanaw pa din sa mga lalaking iyon, nabaling na lamang ang tingin ko sa kamay niya nang maramdaman kong may humawak sa ilong ko at marahan itong pinindot, tumingala ako sa kaniya at nakitang siya ang may gawa noon. Nakataas ang kilay niya habang nakatingin sa akin na parang nawawala akong bata na kailangang ihatid sa magulang.

"T-thank you." Bulong ko ng matauhan ako at lumayo agad mula sa kanya at ayusin ang damit ko, hindi naman siya nag salita at tumango lamang. "... ahh, I'm Risselliane Cuetara. Nice to meet you again."

Tipid siyang ngumiti. "Nice to see you again, I'm Raven Jace Attenza."

Ngumiti ako at tumango sa kaniya, "aalis ka na?" tanong ko dahil akma na itong patalikod sa akin

"Yes, let's go... sabay na tayo," diretsong sambit niya. Ayaw ko pa sanang pumayag dahil nakakahiya na sa kaniya pero magkatabi lang naman ang bahay namin kaya sumang-ayon ako at sumabay ng lakad sa kanya.

Mabilis akong naging kumportable sa kaniya dahil hindi naman niya ginawang awkward ang pagsasabay naming dalawa, nag kwento siya ng hindi ko tinatanong at masasabi kong napaka gaan niyang kausap. Aniya, kaya siya nasa labas ay dahil sinadya niya talagang lumayo mula sa bahay nila at kahit pa hindi kami magkakilala ng lubusan ay talaga namang mabilis siyang nag sabi sa akin ng dahilan. Nagkaroon daw sila ng pagtatalo ng ina niya kung kaya para makapag isip-isip ay ninanais niyang lumayo para mag paghangin manlang. Ngunit, nang papaalis na siya ay tsaka namang saktong pagdating ko kung kaya natigilan siya sa pagtayo para sana umuwi na. Namuo tuloy ang hiya sa loob ko kaya agad akong humingi ng tawad ngunit tinawanan niya lang ako dahil hindi naman daw ito big deal sa kanya.

Simula ng nangyari iyon ay naging close kaming dalawa, nag simula na din siyang bumisita sa bahay at paminsan-minsan ay inaanyaya ako nito na pumunta sa kanila at makisalo sa hapag-kainan. Sa mga pangyayari na iyon ay naging close kaming dalawa, araw-araw siyang nasa bahay para dalawin ako at minsan ding aayain niya ako sa bahay nila para sumabay sa kanilang kumain mas lalo pa noong araw na ipinakilala niya ako sa kanyang ina.

Hindi rin pumalya ang ilang araw na hindi siya makatiis na hindi ako sunduin dahil lagi daw niyang naalala ang gabing kung kailan nagkakilala kaming dalawa, gusto lang daw nya na masigurado na ligtas ako. Sobrang pasasalamat kong dumating siya sa buhay ko. Lagi naming inuulit ang nakasanayan namin araw-araw, hanggang sa inaya niya ako sa isang lugar na bihira lang ang tao pumunta. Hindi ako nakaramdam ng anumang kaba dahil si Raven iyong tipo ng lalaking hindi sasayangin ang tiwala mo sa kaniya. Honestly, mas kinakabahan pa ako dahil alam kong may sasabihin siya sa akin.

Nakaupo ako ngayon sa ilalim ng malaking puno habang nakatayo si Raven sa harap ko at nakatitig lang sa akin, kita ang kislap nito sa mata dahil na rin sa reflection ng buwan.

"R-Raven?" nagtataka kong tanong ng naglabas siya ng itim na kahon at iniabot sa akin.

Sabihin ninyong mali ang iniisip ko!

Dahan-dahan kong binuksan ang box at napaawang ang labi ko sa nakita, bigla na ring may tumulo na luha na tila hindi ko namalayang namuo na pala sa aking mga mata. Nasa loob ng itim na kahon ay isang kwintas at singsing. Napangiti ako dahil ang kwintas ay isang puno at ang hugis naman ng singsing ay buwan. May tuwa akong naramdaman mula sa puso ko na kahit sibukan ko ay hindi ko magawa dahil hindi ko rin alam kung paano ito ipapaliwanag. Tumaas ang tingin ko sa kanya at mabilis na tumayo at niyakap siya. Hindi nagtagal ay tinugunan niya ang yakap ko at naramdaman ko din ang pag hagod niya ng buhok ko habang may halik na kasama ito.

Ilang minuto ang itinagal bago niya ako binitawan. Marahan niyang hinawakan ang pisngi ko at hinalikan ang noo ko. Sinong hindi mahuhulog kung ganito ang ipinapakita niya sa akin?

"Risselliane..." Ipinikit ko ang mata ko, ninanamnam ang matamis na pagtawag niya sa pangalan ko. "I-I d-don't know how it started. Hindi ko alam paanong paggising ko ikaw agad ang hinahanap ng mata ko. Be-believe me, I-I tried to avoid it, I-I'd try to shift my attention to others but... but at the end of the day I always saw myself staring at the house where you lived in. I love you. I-I really meant it. I can't imagine my life without you... Risselliane Cuetara, can you be my girlfriend and accept that promising ring and necklace?" malambing niyang sambit, mahahalata ang kaba sa boses dahilan para mapangiti ako, dahil dito ko nalaman na seryoso siya.

"H-hindi ko nakikita ang future ko kung wala ka rin R-Raven, una pa lang kitang nakita alam ko nang posibleng may maramdaman ako sa iyo na hindi ko kayang ibigay sa iba. Dahil sa iyo naramdaman ko kung anong pakiramdam ng nagmamahal at mahalin, maraming salamat sa lahat ng nagawa mo sa akin..." Ngumiti ako nang makitang may tumulong luha sa pisngi niya. Pinahid ko iyon at itinuloy ang sasabihin, "and yes! Saksi ang lugar na 'to kung paano mo ako naging girlfriend at ang simula ng pagsasama natin." dagdag ko.

"I love you..." malambing niyang sambit.

"Mahal kita, Raven..."

Sabay naming pinagsaluhan ang unang halik na hindi namin pinagsisihan noong gabing iyon.

I am sure, sure. Siya na ang lalaking mahal ko.

I know that every relationship isn't perfect as we all wish, but things happened unexpectedly, and the table of love turned upside down. It was something magical before, something worth spending most of my time and a treasure on top of that.

Ngunit, ang magandang pagsasama ay mauudlot pala at maglalaho na lamang bigla. Hindi ko alam saan nagsimula at bakit nangyari ito sa amin. Pero bigla na lang hindi nagpakita si Raven sa akin, isang araw bumisita siya sa bahay at doon na nagsimula, minsang nakikita ko siyang may kausap sa cellphone niya pero kahit tinatanong ko siya paulit-ulit tungkol duon ay hindi siya nagsasalita. Nuong una ay hindi iyon big deal sa akin. Raven could enjoy his life with or without me because I know his world revolve in so many things pero hindi... naulit uli ang ganoong sitwasyon. Wala kasi siya sa focus, hindi niya rin na ako masyadong kinikibo kaya dito na talaga ako napasabing kailangan ko na talagang malaman at magtanong.

Pero, kagaya nuong una ay palagi niya lang akong hinahalikan sa noo sabay sabing 'wala lang iyon.' When clearly there's something's up on his phone. Hindi naman siya ganito dati, sa limang taon naming pagsasama, ito ata ang kauna-unahan na ganito ang pakikitungo niya.

Lumipas ang ilan pang mga linggo na hindi ko nakita ni-anino niya, nagduda na ako pero may pag-aalala rin.

Baka, baka kung anong nangyari sa kaniya. Baka napahamak siya ng hindi ko alam.

Para mawala ang pag-aalala ko at magkaroon na ng sagot ang mga bagay na umiikot sa isip ko ay nagdesisyon ako na bisitahin siya sa bahay nila ng hindi pinaparating sa kaniyang pupunta ako at para na rin surpresahin siya pero ako 'ata ang nasorpresa sa nakita ko.

My world crashed, my world went blank, and my eyes went wide when I saw them kissing each other passionately, as I saw them enjoying each other's heat.

"Linna..." Ito na lang ang nabanggit ko ng oras na iyon. Nakita ko ang pag-angat nilang dalawa ng tingin at tila nag talukbong pa at umalis ang kaibigan ko sa ibabaw ni Raven.

Tumingin ako sa kanila kasabay ng sunod-sunod na pagtulo ng luha ko. I was so speechless. Napatingin si Raven sa direksyon ko at nagulat nang makita ako at mabilis na itinulak si Linna na nabigla rin nang makita ako. Hindi ako nagsalita maliban sa nakatingin na nandidiri sa kanilang dalawa. Umatras ako kasunod nang pagtakbo ng mabilis at walang lingon-lingon na bumalik sa bahay. Ni-lock ko agad ang pinto at napaupo roon. Sobrang nasaktan ako sa nakita at walang lakas ng loob na gumawa pa ng eksena.

B-Bakit?! Ano bang ginawa ko para saktan niya ako ng ganito?

May kulang ba sa akin, bakit kailangan ako lokohin? And he didn't just cheat on me with a normal random girl, it was my bestfriend who's with him! It was her!

Ilang araw ang lumipas nag-expect akong pupunta si Raven sa akin at ipapaliwanag ang nangyari pero wala, walang Raven na dumating ni kahit anino niya nga'y hindi ko nakita. Siguro nga'y totoo ang nakita ko... hindi ako niloloko ng mata ko. All this time, sinayang niya ang 5 years na pagsasama namin. Wala na akong maramdaman parang namanhid ang katawan ko.

Habang nakahiga ako sa kama ko, bumalik sa alaala ko iyong mga panahong masaya pa kaming dalawa. Mga panahong nakakaramdam ako ng saya sa kamay niya. Panahong siya ang paborito kong pahinga, dating siya iyong takbuhan ko at pakiramdam na ligtas ako sa kaniya.

But look where these thoughts got me, nothing. Akala ko yung bawat balikat, kamay at pagkatao niya ay senyales ng kaligtasan ay mali pala ako, I wasn't secured all the time. I don't even know now how it feels like being protected by him. Dahil iyong lalaking akala ko'y makakasama ko sa hinaharap ay lalaki pa lang magiging dahilan kung bakit nawala ang kumpiyansa ko sa sarili ko. Kung bakit ngayon ay naliligaw ako ng landas. Maraming doubts akong naiisip.

Ba-baka hindi ako maganda? Baka may mali sa akin? Baka may nagawa akong mali? Walang araw na hindi ako kinakain ng sarili kong pag-iisip.

Ginugol ko ang mga gabi sa pag-iyak at pag-question sa sarili kung bakit niya ginawa iyon sa akin pero wala talaga akong mahanap na rason. Lumipas ang marami pang linggo na balisa ako, bigla na lang may kumatok sa pinto. Ako lang mag-isa rito dahil nasa bakasyon ngayon si mama. Tiningnan ko ang butas ng pinto at nagulat nang makita siya.

It's him! Nandito si Raven!

Bahagya pa akong nagulat dahil magulo ang buhok niya. Medyo humaba rin ang buhok nito na ngayon ko lang napansin, halata na rin iyong itim sa ilalim ng kaniyang mata. Mukha siyang walang tulog and he looked miserable. Bakit hinayaan n'yang mangyari iyan sa kaniya? At isa pa, bakit niya hinayaang mangyari iyon sa amin? Look how cheating affects each individual's confidence and self-esteem. At first, nagdalawang isip ako kung pagbubuksan ko ba siya pero kailangan ko ng paliwanag niya. Kailangan ko rin namang marinig ang side niya. At pagkatapos noon, maghihiwalay na kami... even if it breaks our hearts because that's how it should go.

Binuksan ko ang pinto wearing my fierce and firm face. Nagliwanag ang mukha niya pero nawala rin ng buhay nang makita ang ekspresyon ko. Ka-kailangan ko lang ng paliwanag...

"R-Risselliane, c-can I talk to you for a minute?" ang boses niya'y parang pagod halos garalgal na rin ito. Ni-hindi ko maintindihan ang ibang salita niya dahil na rin sa sobrang hina.

"You're talking to me right now," balik ko ring ani. Desperado nang marinig ang paliwanag niya. Nakapag-decide na ako. Maybe, maybe explanation niya na lang kailangan ko para mag-heal kami pareho. Tumikhim ako, "tara sa lugar kung saan tayo nangako," mahina kong sambit. Gusto ko roon din kami sa lugar na iyon mag-settle ng maayos.

"Natatandaan mo ba ang lugar na ito?" makailang-beses akong lumunok.

Ito iyong lugar kung saan ka nangako sa akin. Ang lugar kung saan natin inamin na may nararamdaman tayo sa isa't-isa. Ang lugar na saksi sa alaala natin. Oo nga pala, alaala na lang pala namin. Sa gilid ko nakita ko siyang pagod na tumango. Lumingon ako sa kaniya at nakita kong bumuka ang labi niya tila may gustong sabihin at ipaliwanag pero walang salitang lumabas sa bibig niya. Ngumiti ako ng mapait at tumingala sa punong wala ng buhay. Ang mga dahon nito ay lanta na, marami ring nagkalat na dahon sa baba. Ang ugat nito ay tila patay na. Nakikisabay 'ata ang punong ito sa sitwasiyon namin ngayon.

"Naaalala mo pa ba ang mga masayang nangyari sa lugar na ito, dati?" bigkas ko ulit. Tumingin siya sa akin, na para bang anumang oras ay iiyak na. "Dati..." at sa huling sinabi ko, napaiyak na siya habang nagmamakaawang nakatingin sa akin.

Iniwas ko ang tingin ko sa kaniya upang hindi niya makita ang luhang tumulo sa pisngi ko. Hindi ako pwedeng maging mahina sa harap niya, pero sino pa ba ang makakapagsisi sa akin? Valid itong nararamdaman ko! Kung gusto kong umiyak ay wala siyang magagawa dahil ako ang nasaktan, ako ang niloko.

"R-Risselliane..." he whispered.

Tumingin ako sa kanya, sawang-sawa na sa pagtawag niya sa pangalan ko. Hindi ba siya mag-eexplain? Kasi kung hindi baka... baka ito na ang huling araw na magkita kami.

"Alam mo ba kung gaano kasakit sa akin na makita kang kahalikan ang iba at h-hindi ako?" pag-amin ko sa kaniya. Lahat ng salitang puwedeng sabihin sa kaniya ay nasabi ko na pero nanatili siyang walang imik.

Napailing na lang ako at tinalikuran siya. Mali 'ata ako, hindi siya pumunta sa bahay kanina para mag-explain. Damn him! Pero bakit kahit anong pilit ko sa sarili kung magalit ng husto hindi ko magawa? Maybe umaasa pa rin akong magpapaliwanag siya sa akin at sasabihing aksidente lang ang nangyari at nagkataong nakita ko silang dalawa? Hindi ko ipagkakailang mahal ko pa siya. I always did. Mahal na mahal ko si Raven, e. But love is not enough to make me stay with him. Umiling ako at tuluyang humakbang.

Kunting hakbang pa lang ang ginawa ko nang kabigin niya ako at hinalikan sa labi. Nabigla ako noong una pero tumugon din makaraan ang ilang segundo. We both know that it will be our last kiss together, papalayain ko siya, ganoon din siya sa akin.

Pinagdikit niya ang noo naming dalawa. Napapikit ako.

"Bakit mo ginawa sa akin iyon? Bakit sinasabi mong mahal mo ako pero may kahalikan kang iba. Gusto kong malaman Raven! Gusto kong maintindihan bakit, kailan pa? Anong dahilan bakit na udyok ka na makipag halikan sa iba! Gusto ko maintindihan, dahil hindi mo alam kung ilang beses ko tinanong sarili ko…" Huminga ako ng malalim, at naghahabol na din ng hininga.

"Saan ako nagkamali? Anong ginawa ko para masaktan ng ganito, ang masakit pa dito ako ang sinaktan mo pero bakit ako pa itong umaasa na babalikan mo ako, na nagpapaliwanag ka at baka mali lang ako! Bakit hindi mo sabihing mali ako!"

Hindi ko na napigilang mapahagulgol at mahinang pinaghahampas ang dibdib niya, pero siya pilit niya pa din akong niyayakap.

"Sumagot ka! Gusto ko malaman, gusto kitang maintindihan, gusto kong madinig na mali ako. Because I gave everything to you, laro lang ba ang nasa isip mo? Ano ba ako sa'yo?!" Nahinto ako sa pagsasalita bago kumuha ng lakas ng loob.

"Mahal kita kaya mahal mo ako?"

Nakaramdam ako ng malaki at malakas na punit mula sa puso ko, hindi ko alam ang gagawin ko. I want to understand his point. I need explanation pero kahit anong sabihin ko hindi siya nagsasalita.

Niyakap niya ako ng mahigpit bago nag salita.

"As much as I want to explain, alam kong walang saysay. Alam kong pagod kana, gusto mo ng sagot pero kahit hanggang ngayon hindi ko maibigay and I'm so sorry for being too scared to explain myself. Gusto kong malaman mo na kung galit ka ay ayos lang, you have every right love. I'm here to see you not because to explain myself but to remind you about some things."

Nag simula siyang bigkasin ang mga bagay na lagi naming ginagawa, yung mga bagay din na ginagawa niya sa akin. Nagpapaalala siya na kumain ako sa tamang oras at maging safe palagi. I should be mad because I never received the explanation I deserve to know. I didn't receive the answers I'm looking for. He's like telling me "paalam" indirectly.

Napaawang ang labi ko sa mga sinabi niya matapos siyang mag salita, hindi ko ma-proseso kung ano ang nangyayari dahil grabe ang aking pagkabigla.

"Ra-Raven... a-ano bang ibig mong sabihin? H-hindi kita maintindihan?" naguguluhan kong tanong umaasang sasabihin niya sa akin. Pero as I expected, naglihim nanaman siya sa akin.

Ngumiti siya at hinalikan ulit ako bago siya bumitaw at tumitig sa akin, kinakabisado ang mukha ko. Ilang minuto kaming nagtitigan bago niya ako niyakap ng mahigpit at hinalikan ang sintido ko. Nagsimula na akong kabahan sa mga kinikilos niya. Hindi na ako mapalagay kaya sinubukan kong kumalas sa pagkakayakap niya pero masyadong mahigpit iyon.

"Ra-Raven wh-what's wrong?" ani ko ng ilang minutong hindi siya nagsalita. Naririnig ko ang mahina niyang daing na tila may iniinda siyang sakit.

"I-I love you... mahal n-na mahal kita Risselliane Cuetara... patuloy k-kitang mamahalin. God knows that I didn't cheat on you, and I won't..."

Napahagulhol ako ng marinig iyon. Finally! He said it! Kumalas ako sa pagkakayakap sa kaniya pero nanginig ako nang makitang wala ng response ang katawan niya, nakasandal na lang ito sa balikat ko at nakapikit na ang mata. Halata na rin ang pamumutla sa mukha nito.

It can't be! Sumigaw ako upang humingi ng tulong.

T-this can't be... real...

"R-Raven ma-mahal ko gi-gising!"

RAVEN POV

[YEARS AFTER TRAVELING IN THE PHILIPPINES]

"Maa'm your son has a serious illness. He has a brain cancer... he only have 32.5% chance to live. He only has about five years left to lived.

That's the most heartbreaking news I've ever heard. That's it, limang taon? Parang gumuho ang mundo ko nang madinig iyon, grabe din ang lakas ng iyak ni mommy.

Hindi ko gustong mamatay... kailangan pa ako ni mommy.

After a few days mom decided to go back to the Philippines. I want to stay here in London, but I don't want to refuse my mother knowing her, she loves the Philippines so much, dahil doon sila unang nagkita ni dad. Pure Filipina si mom habang taga rito sa London si dad, he died when I was 15, and now I'm 20. Luckily, I didn't disobey my mom because I met a beautiful woman. The first time I saw her she got my attention.

Kinuha ko ang pocket knife sa bulsa ko, "leave."

Napailing ako ng maalala ang sinabi ko sa dalawang lasing na nakasalubong ko. In that day, I found myself drooling over her. I-I don't know when it started, but I found myself in love with her. Everything she did mattered to me. I've valued her so much, sila na lang ni mommy ang meron ako. Kaya nga noong sinagot ako ni Risselliane ay sobrang tuwa ko lalo pa't tinanggap niya ang binigay kong singsing kasama ang necklace.

Ipinagawa ko pa sa London iyon. Isang Linggo bago pa ako umamin ay hininge ko na ang blessing ni tita Risnalyn; her mom, in case na tumanggi siya sa alok ko. Napangiti ako ulit, that woman never failed to give me butterflies everytime I stared at her. I did everything to make her feel loved lalo pa't nalaman kong niloko ng dad niya ang mom niya at sumama ito sa ibang babae. I've spent my years being faithful to her and also to my mom and her mom. Even though... hindi ko alam kung tatagal pa ba ako ng ilang taon. Nangako ako sa kaniyang papakasalan ko siya, siya lang ang babaeng gusto kong pakasalan, siya lang ang babaeng gusto kong makasama. God knows how much I am desperate to live dahil alam kong naghihintay siya lagi sa akin.

And now, it's 5 years. Ito na ang kinatatakutan ko, my fear of dying. My head hurt so much; my body became numb. Oras ko na ba? Kahit masama ang pakiramdam ko'y pinilit kong umalis sa kama ko, my mom even insists na magpahinga na lang ako, but I can't now that I know I only have a week longer to live. I need to see my love, my everything. I need to see the woman who captured my heart. I visit her that day and spend my night with her.

I feel that 5 years wasn't so long.

After that day. Mas lalo pa akong nabahala nang ilang beses akong tinawagan ng doctor, ilang beses nila akong pinilit ni mom. Umiling ako at nagpaalam na papasok lang sa loob and to my surprise, my ex-fling is there, Linna.

She saw us! Na-out of balance si Linna nang ibibigay na niya sana iyong invitation sa birthday party niya pero mas nagulat ako nang hinalikan niya ako. I was so shocked. I don't even know why she did it! She came to me and told me that she wants us back. Linna was my ex-fling before, but I stopped after knowing that she already had a boyfriend. I cursed at her and tried to follow my girlfriend but after just taking one step, my head and body suddenly acted weird.

Napahawak ako sa table, Linna even insisted to help me, but I shouted at her at pinalabas siya sa bahay. Mabuti na lang ay hindi na siya nagpumilit pa at sumunod sa akin. Tuluyan na akong napa-upo at napasigaw habang hawak-hawak ang ulo ko. Nawalan ng lakas ang buo kong katawan at napahiga ako sa sahig. I cried out loud while holding my head. Fuck! It hurts so much! Risselliane... my love, I'm sorry.

"Raven!"

I heard my mom shout my name, but I can't even answer her, my sight become blurred... unti-unti akong kinain ng dilim na ang nasa isip lang ay ang babaeng panigurado nang umiiyak na ngayon.

I love you my love, maybe it's only right that this happened. Be mad at me, curse me... para kapag nawala na ako, hindi ka na masiyadong masasaktan. I will marry you, even though you're mad at me. I promise that.

Nagising akong sobrang sama ng pakiramdam. I can't even recognize my own voice. I thought that I died already...

"Anak take a rest... you need to gain your strength. Babalik na tayong London para sa treatment mo."

I tilted my head. Hindi na ako aabot, I know I won't. "Mom... can I ask a favor?" I looked at her and saw her crying and begin to sob. She already knows it, ayaw lang tanggapin ni mom na hindi na ako aabot ng ilang araw.

Humingi ako ng favor sa kanila na kahit, kahit wala na ako ay hayaan nila akong makasal kay Risselliane, hindi ako matatahimik, isipin ko pa lang na hindi ko matutupad pangako ko sa kaniya ay hindi ko na matiis.

I-I love her so much...

Inayos ko ang damit na suot ko. Kahit alam kong oras na lang ay tuluyan ng bibigay ang katawan ko ay hindi ako nagpapigil sa kanilang pumirme na lang dito sa bahay. Sa huling pagkakataon gusto ko siyang makita, mahalikan at mayakap. But before that, I look at the recording tape I was holding, my vow. Inayos ko na ang lahat ng dapat ayusin. Huminge na rin ako ng blessings sa lahat ng dapat kung hingan. Pati iyong wedding gown, receptionist, invitation card, at lahat ng gastusin sa kasal binayaran ko na. Ayaw ko pang mamatay pero wala na 'ata akong choice. Si God na ang bahala sa akin at sa mahal ko. Konting oras lang akong nakapagpaalam sa kaniya, para sa akin okay na iyon kaysa sa bigla lang akong kunin ng hindi siya naka-usap.

RISSELLIANE POV

[Present time]

Dahan-dahan akong naglalakad sa pulang carpet habang nakatingin sa akin ang aming mga bisita. Nakasuot ako ng puting gown na noon ko pa gustong isuot. Tumingin ako kung saan naghihintay ang lalaking mahal ko ang lalaking nagbigay sa akin ng dahilan para magpatuloy muli kahit pa wala na akong makapitan. Kahit pa nawalan na ako ng dahilang magpatuloy sa buhay.

Magkasabay na tumulo ang luha ko nang makarating na ako sa altar kung saan naghihintay ang pari. Nagsimula na siya sa pagsasalita ngunit masyadong nakatuon ang atensyon ko sa lalaking nakahiga ng payapa.

Raven Jace Attenza lying at his coffin, his new home. He-he didn't survive, kung sana lang maaga kong nalaman na may sakit siya'y wala sana akong sinayang na panahon at sinamahan siya sa bawat laban na kinakaharap niya. K-kung alam ko lang sana na iyon na pala ang huli naming pagkikita edi sana ay nayakap at nahalikan ko pa siya ng matagal, my poor boyfriend and soon to be husband... he did it! He kept his promise.

After kong humingi ng tulong sinugod pa namin siya sa hospital. Dead on arrival daw, ilang beses kong sinisi ang sarili ko, ilang beses kong kinuwesyon ang sarili ko. Paanong hinayaan kong mangyari ito sa amin?

Hi-hindi ito ang kasal na gusto ko, lumingon ako sa mga bisita and I saw Linna, she was crying katulad ko ay sinisisi niya rin ang sarili niya pero pinatawad ko na siya. I gave her unconditional forgiveness. A-ayaw ko na lang magalit because the last time I did, someone so important to me died. Napahawak ako sa labi ko at napayuko para pigilan ang mapahagulhol, ngunit hindi nakatulong sa akin ang mga iyak na naririnig ko sa paligid ko.

Tumikhim ang pari para kunin ang atensyon ko. "Marriage vows."

Tumango ako at kinuha ang singsing na ilalagay sana ni Raven sa kamay ko kung, kung nandito siya ngayon at buhay.

"In the name of God, I give you this ring as a symbol of my vow, and with all that I am and all that I have, I honor you, in the name of the Father, and of the Son, and of the Holy Spirit. I, Raven Jace Attenza, take you, Risselliane Cuetara, to be my wife, to have and to hold from this day forward, for better, for worse, for richer, for poorer, in sickness and in health, to love and to cherish, until parted by death. This is my solemn vow." Napangiti ako habang tumutulo ang luha ng pumailanlang ang boses sa recording tape na ibinigay ng mom ni Raven sa akin... I-I don't know that he planned everything before he died.

Tumikhim ako at humarap sa kabaong niya habang hawak ang singsing na isusuot ko sa kaniya.

"I-In the name of God, I give you this ring as a symbol of my vow, and with all that I am and all that I have, I honor you, in the name of the Father, and of the Son, and of the Holy Spirit. I, Risselliane Cuetara, t-take you, Raven Jace Attenza, to be my husband, to have and to hold from this day forward, for better, for worse, for richer, for poorer, in sickness and in health, to love and to cherish, until p-parted by de-death. This is my s-solemn vow." I muttered looking at him with love at isinuot ang singsing sa kaniya.

"Mr. Raven Jace Attenza and Ms. Risselliane Cuetara and soon to be Attenza, you have expressed your love to one another through the commitment and promises you have just made. It is with these in mind that I pronounce you husband and wife."

"You have kissed a thousand times, maybe more. But today the feeling is new. No longer simply partners and best friends, you have become husband and wife and can now seal the agreement with a kiss. Today, your kiss is a promise. You may now kiss the bride."

Pagkatapos sabihin ng pare iyon ay dahan-dahan akong lumapit sa kabaong kung saan payapang nakahiga ang asawa ko yes, asawa ko. Nanginginig ang kamay kong binuksan ang salamin ng kabaong niya at dahan-dahan siyang hinalikan maybe, maybe we will see each other again. Hintayin mo ako mahal ko at sasamahan kita pagkatapos. Hindi na tayo maghihiwalay.

I am Risselliane Cuetara—Attenza married to Raven Jace Attenza. I am 23 years old now and Raven is still 25 years old.

After so many years had passed. I am 65 years old but he is still 25 years old because he didn't continue to lived. His life ended there. Sa bawat panahon na dadaan... dala-dala ko ang ala-ala niya na kailanman ay hindi mawawala, mananatili na lang itong memorya ng kahapon; ang masakit na tagpo ng aming istorya. Sa huling pagkakataon, binisita ko ang puntod ng asawa ko na nakabaon sa harap ng malaking puno; ang punong naging saksi ng aming unang pagsasama. I will carry his memories forever. I'm Carrying his Burden Memories, and his my dark past.

> Minsan, hindi lahat ng nakikita ng mata natin ay tama.
> Love means one thing... 'pain'.
> - **Risselliane Cuetara—Attenza**

About the Author

Crisselle Mae P. Umpad A.K.A Ms_Unluckyyy

Crisselle Mae P. Umpad A.K. A Ms_Unluckyyy born on December 19, 2004; lived in Panlaitan, Busuanga, Palawan and currently studying in Panlaitan National Highschool under the strand of GAS—Grade 12. Crisselle is also a registered author/writer of National Book Development Board—Philippines. Writing has become her hobby since she was 12 years old; until now that she was 19 years of age. Becoming a publish writer is her dream and she believe that 'Writers should recognize or at least know their worth and be self-assured, because not everyone can be like them. Don't allow your troll to take over your thoughts. If they criticize you, it means that you caught their attention, so be grateful.

www.ingramcontent.com/pod-product-compliance
Lightning Source LLC
LaVergne TN
LVHW041643070526
838199LV00053B/3530